ભારતના બજેટ નો ઇતિહાસ

મિહિર જાગૃતિ વોરા

આ પુસ્તક હું મારા માતા પિતા, મોટા ભાઈ ભાભી
અને નાની પ્રિય ભત્રીજી ને અર્પણ કરું છું.

સામગ્રી

પ્રસ્તાવના   vii

સ્વીકૃતિઓ   ix

અનુક્રમણિકા   xi

1. ભારતના બજેટ નો ઇતિહાસ   1

પ્રસ્તાવના

મિત્રો બજેટ શબ્દ સૌએ સાંભળ્યો હશે પણ **ભારતનાબજેટનાઇતિહાસ** વિશે બહુ ઓછું જાણતાહસો. આ પુસ્તક માં મેં ભારત ના બજેટના ઇતિહાસ ની અત થી ઇતિ બધું સામેલ કરવાનો પ્રયાસ કર્યો છે. આ માટે મેં વિવિધ અખબારી અહેવાલ,ભારતનોઇતિહાસ, ભારતના બજેટ ના ઇતિહાસ , વિવિધ સંદર્ભ અને વિવિધ બજેટ ને લગતા લેખ અને લેખકો ના બ્લોગ , વેબ સાઈટ અને વિકિપીડિયા નો સહારો લીધો છે , આમ અહીં મેં માત્ર માહિતી આપી છે તેની સૌ નોંધ લેજો એવી વિનંતી છે .આશા છે કે આપને આ મારો માહિતી નિબંધ જરૂર ગમશે .

સ્વીકૃતિઓ

આ પુસ્તક માટે મેં વિવિધ લેખ આધારિત માહિતી વિકિપીડિયા ,ભારત નો ઇતિહાસ , ભારતના બજેટ ના ઇતિહાસ , લેખ ને લાગતા આવેલા વિવિધ અખબારી અહેવાલ અને જે તે લેખક ના લેખ ના સંદર્ભો નો સહારો લીધો છે તે સૌ નો હું આભાર માનું છું .

અનુક્રમણિકા

- ભારતના બજેટ નો ઇતિહાસ

1

ભારતના બજેટ નો ઇતિહાસ

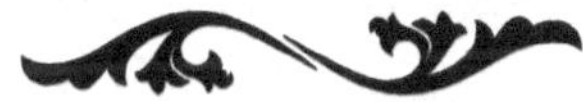

મિત્રો બજેટ શબ્દ સૌએ સાંભળ્યો હશે પણ દેશ ના બજેટ નો ઇતિહાસ વિશે બહુ ઓછું જાણતા હતો આ પુસ્તક માં મેં ભારત ના બજેટ ની અત થી ઇતિ બધું સામેલ કરવાનો પ્રયાસ કર્યો છે , આ માટે મેં વિવિધ અખબારી અહેવાલ , ભારત નો ઇતિહાસ , ભારતના બજેટ ના ઇતિહાસ નો સહારો લીધો છે .આમ અહીં મેં માત્ર માહિતી આપી છે તેની સૌ નોંધ લેજો એવી વિનંતી છે

સામાન્ય રીતે આપણી બોલ ચાલની ભાષામાં આપણે કહેતા હોઇએ છીએ કે, આ વખતે તો ખર્ચો વધી ગયો એના કારણે આખું બજેટ ખોરવાઈ ગયું. એ બજેટ હોય છે આપણાં ઘરનું જે મહિનાનું બજેટ હોય છે. બજેટનો અર્થ છેકે, કેટલાં પૈસા આપણાં હાથમાં છે અને તેની સામે સંભવિત ખર્ચ કેટલો છે? તેમાંથી સૌથી વિશેષ જીવન જરૂરિયાતનો ખર્ચ કઈ-કઈ વસ્તુઓ પાછળ થવાનો છે. આ દરેક બાબતોની હિસાબવહી એટલે બજેટ.દેશના બજેટની વાત આવે એટલે આપણને આપણાં ઘરનાં બજેટની યાદ આવે.

બજેટ શબ્દ એ ફ્રેન્ચ નામના 'બુજેટ' શબ્દ પરથી પડ્યો છે. બુજેટ એટલે નાની બેગ. જે યુ.કે.માં બજેટ બોક્સનાં નામથી ઓળખાય છે, અને ભારતમાં તેને બ્રિફકેશના નામથી જાણીતી છે.

જે દિવસે બજેટ હોય તે દિવસે આપણાં દેશના નાણાં મંત્રી એક ટીપીકલ લેધરની રેડ અથવા બ્રાઉન કલરની બેગ સાથે પોઝ આપતાં દેખાતા હોય છે. આ બેગની અંદર બજેટ ડેની સ્પીચ હોય છે. આ બેગની પણ એક અલગ કહાની છે. આ બેગ રાખવાની પ્રથા 18મી સદીથી બ્રિટિશ સાશનકાળથી ચાલી આવી છે.

જાણીને નવાઇ લાગશે કે પહેલી બજેટ બેગ 1860માં યુ.કેના ચાન્સેલર વિલિયમ એવાર્ટ ગ્લેડસ્ટોન માટે બની હતી, અને તે લાલ લકરની લાકાડાંની બેગ હતી અને તેના પર મહારાણી વિક્ટોરિયાનો મોનોગ્રામ લાગેલો હતો. આ પહેલાના યુ.કેના ચાન્સેલર લેધર બેગનો જ ઉપયોગ કરતાં હતાં.

દેશમાં બજેટનો ઇતિહાસ ભારતની આઝાદી કરતા પણ જુનો છે. 1857 ની ક્રાંતિ પહેલા ભારત પર ઈસ્ટ ઈન્ડિયા કંપનીનું શાસન હતું, જેને કંપની રાજ કહેવામાં આવે છે. આ પછી બ્રિટિશ ક્રાઉને ભારતની લગામ પોતાના હાથમાં લીધી.

તે સમયે ભારત આર્થિક સંકટનો સામનો કરી રહ્યું હતું, જેના કારણે બ્રિટિશ સરકારે નવી યોજનાઓ તૈયાર કરી હતી. ધ ઈકોનોમિસ્ટ નામનું અખબાર શરૂ કરનાર અર્થશાસ્ત્રી જેમ્સ વિલસનને ભારતના અર્થતંત્રનો હિસાબ અને આવક-ખર્ચનો હિસાબ નક્કી કરવાનું કામ સોંપવામાં આવ્યું હતું ભારતમાં પહેલું બજેટ લાવવાનો અને રજૂ કરવાનો શ્રેય જેમ્સ વિલસન નામના અંગ્રેજ અધિકારીને જાય છે. તેણે ૧૮ ફેબ્રુઆરી ૧૮૬૦માં વાઇસરોયની પરિષદમાં પહેલીવાર બજેટ રજૂ કર્યું હતું.

જેમ્સને વાઇસરોયની કારોબારીમાં આર્થિક બાબતોના જાણકાર મેમ્બર તરીકે પસંદ કરવામાં આવ્યો હતો.આથી જેમ્સ વિલસનને ભારતીય બજેટનો સ્થાપક માનવામાં આવે છે. ૧૮૬૦ પછી દર વર્ષે દેશની આર્થિક પરિસ્થિતિનો ચિતાર રજૂ કરતું બજેટ વાઇસરોયની પરિષદમાં મંજુરી માટે જતું હતું. ભારતમાં ઈન્કમ ટેક્સની શરૂઆત અહીંથી થઈ હતી.

જો કે એ સમયે ભારત અંગ્રેજોનું ગુલામ હતું. આથી ભારતીય પ્રતિનિધિઓને આ બજેટમાં ચર્ચા કરવાનો કોઇ જ અધિકાર આપવામાં આવ્યો ન હતો. દેશ આઝાદ થયા પછી ભારતના

બંધારણના અનુચ્છેદ ૧૧૨માં ભારતના કેન્દ્રીય બજેટને વાર્ષિક લેખાજોખા તરીકે સમાવેશ કરવામાં આવ્યો છે. જે ભારતીય ગણરાજ્યનું બજેટ ગણવામાં આવે છે. બજેટને લાગુ કરતા પહેલા સંસદમાં તેને પાસ કરવું અતિ આવશ્યક છે.આઝાદી પહેલા ૯ ઓક્ટોબર ૧૯૪૬થી ૧૪ ઓગસ્ટ ૧૯૪૭ સુધી વચગાળાની સરકારનું બજેટ લિયાકતઅલી ખાને રજૂ કર્યું હતું.

જ્યારે આઝાદી સ્વતંત્ર ભારતનું પહેલુ બજેટ ૨૬ નવેમ્બર 1947 ના રોજ આર કે સન્મુખમ ચેટ્ટીએ તૈયાર કર્યું હતુ. ચેટ્ટીના બજેટમાં એ સમયના દેશી રજવાડાઓની આવકનો પણ હિસાબ કિતાબ રજૂ કરવામાં આવ્યો હતો.પ્રથમ વખત હિન્દીમાં બજેટ રજૂકરવામાં આવ્યું હતું.

તેઓ આ પદ પર માત્ર 1 વર્ષ રહ્યા હતા. સ્વતંત્ર ભારતના બજેટમાં પ્રથમ મોટો ફેરફાર ત્રીજા નાણામંત્રી સીડી દેશમુખના કાર્યકાળ દરમિયાન થયો હતો. દેશમુખના કાર્યકાળ દરમિયાન જ ભારતમાં પંચવર્ષીય યોજનાઓ (5 વર્ષની યોજનાઓ) શરૂ થઈ હતી. જ્યારે તેમણે 1951માં પોતાનું પ્રથમ બજેટ રજૂ કર્યું ત્યારે તેના દસ્તાવેજો પહેલીવાર હિન્દીમાં છપાયા હતા. તે પહેલા ભારતનું બજેટ માત્ર અંગ્રેજીમાં જ તૈયાર થતું હતું.

ત્યાર પછી જોન મથાઇએ સંયુક્ત ભારતના નામથી વિસ્તૃત બજેટ રજૂ કર્યું હતું. જો કે આ બજેટમાં માત્ર દેશની આર્થિક સ્થિતિની સમિક્ષા કરવામાં આવી હતી જેમાં કોઇ જ નવા ટેકસ લગાવવામાં આવ્યા ન હતા. ૧૯૪૭ થી અત્યાર સુધી કુલ ૭૩ સામાન્ય બજેટ ૧૪ વચગાળાના અને ચાર ખાસ બજેટ સંસદમાં રજૂ કરવામાં આવ્યા છે.

જ્યારે ઈન્દિરા ગાંધી વડાપ્રધાન હતા ત્યારે તેઓ લગભગ 1 વર્ષ સુધી નાણા મંત્રાલયનો હવાલો સંભાળતા હતા. તેમણે 16 જુલાઈ 1969 થી 27 જૂન 1970 સુધી નાણા મંત્રાલયનો કાર્યભાર સંભાળ્યો હતો. આ દરમિયાન તેમણે પોતે સંસદમાં 1970નું બજેટ રજૂ કર્યું હતું.

આ રીતે ભારતનું બજેટ રજૂ કરનાર પ્રથમ મહિલાનો રેકોર્ડ ઈન્દિરા ગાંધીના નામે નોંધાયેલો છે. તે પછી પણ લગભગ 5 દાયકા સુધી આ સૌભાગ્ય બીજી કોઈ મહિલાને મળ્યું નથી.

પૂર્વ વડાપ્રધાન મનમોહન સિંહના ઉલ્લેખ વિના બજેટનો ઈતિહાસ અધૂરો રહે છે. 1991નું બજેટ સ્વતંત્ર ભારતના ઈતિહાસમાં સીમાચિહ્નરૂપ ગણાય છે. વડાપ્રધાન નરસિમ્હ રાવના કાર્યકાળ દરમિયાન મનમોહન સિંહને નાણાં પ્રધાન બનાવવામાં આવ્યા હતા અને તેમણે ભારતમાં આર્થિક ઉદારીકરણની શરૂઆત કરી હતી.

ભારતના ઈતિહાસમાં આ સૌથી મોટો ફેરફાર છે. આજે જો ભારતની ગણતરી વિશ્વની સૌથી મોટી અર્થવ્યવસ્થાઓમાં થાય છે તો તેનો મોટાભાગનો શ્રેય 1991ના ઐતિહાસિક બજેટને જાય છે.

અંગ્રેજોએ ભારતમાં બજેટની શરૂઆત કરી હતી. આ કારણોસર, બજેટ રજૂ કરવાનો સમય લંડનની ઘડિયાળ અનુસાર નક્કી કરવામાં આવ્યો હતો. બ્રિટનની સંસદમાં પણ ભારતનું બજેટ સાંભળવામાં આવતું હતું જેના કારણે સાંજે તેને રજૂ કરવામાં આવ્યું હતું. જ્યારે લંડનમાં દિવસના 11 વાગ્યા હોય ત્યારે ભારતમાં સાંજના 5 વાગ્યા હોય છે.

વડાપ્રધાન અટલ બિહારી વાજપેયીના કાર્યકાળમાં જ્યારે યશવંત સિંહ નાણામંત્રી બન્યા ત્યારે તેમણે આ પરંપરાને બદલી નાખી હતી. 27 ફેબ્રુઆરી 1999 ના રોજ તેમણે સવારે પ્રથમ વખત ભારતનું બજેટ રજૂ કર્યું ત્યાર પછી સવારે જ બજેટ રજૂ કરવામાં આવે છે.

નિર્મલા સીતારમણ ભારતના પ્રથમ મહિલા નાણામંત્રી છે. ઈન્દિરા ગાંધી પછી તેઓ બીજી મહિલા છે જેમને બજેટ રજૂ કરવાની તક મળી છે. આ વખતે તે પોતાનું ચોથું બજેટ રજૂ કરવા જઈ રહ્યા છે.

નિર્મલા સીતારમણનો કાર્યકાળ બજેટ સંબંધિત પરંપરાઓને બદલવા માટે યાદ કરવામાં આવશે. સૌથી પહેલા તો 2019માં નાણામંત્રી બનતાની સાથે જ તેમણે બ્રીફકેસમાં બજેટ રજૂ કરવાની પરંપરા બદલી નાખી. તે પછી, જ્યારે તેમણે 2021 માં ત્રીજું બજેટ રજૂ કર્યું, ત્યારે છાપવાની પરંપરા સમાપ્ત થઈ ગઈ. આ વખતે 2023માં પણ તે ડિજિટલ બજેટ રજૂ કરવા જઈ રહ્યા છે. બજેટની તૈયારી પહેલા યોજાતી હલવા સેરેમનીની પરંપરા પણ આ વખતે બદલાઈ ગઈ છે.

એ જ પ્રકારે જ્યારે આપણાં દેશની અથવા કોઈપણ દેશ કે રાજ્યની સરકારો આખા વર્ષમાં દેશભરમાં કઈ-કઈ બાબતો પાછળ કેટલો ખર્ચ થઈ શકે છે તેના સંભવિત આંકડાઓ કાઢીને તેના માટે નાણાંકિય

ફાળવણી કરે તેને જ બજેટ કહેતા હોય છે. અને તેનું સમજવું ખુબ જ જરૂરી છે

અર્થશાસ્ત્રીઓ, નાણાકીય વિશ્લેષકો અને સામાન્ય લોકો કોરોના ના વધતા જતા કેસો વચ્ચે નીતિગત બદલાવના કોઈપણ સંકેત માટે આ વર્ષની બજેટ જાહેરાતો પર નજીકથી નજર રાખી રહ્યા છે. બજેટ એ સરકારનો વાર્ષિક નાણાકીય અહેવાલ છે જેમાં આવક, ખર્ચ, વૃદ્ધિ અંદાજ તેમજ તેની નાણાકીય સ્થિતિ જેવી વિગતો શામેલ છે.

સામાન્ય બજેટમાં સરકારની આવક અને ખર્ચનો હિસ્સો હોય છે. કેન્દ્રીય નાણાં મંત્રી નિર્મલા સીતારમણ 1 ફેબ્રુઆરી, 2022 ના રોજ 'બજેટ 2022-23' રજૂ કરશે. સ્વતંત્ર ભારતનું પ્રથમ બજેટ 26 નવેમ્બર 1947 ના રોજ રજૂ થયું હતું. ફરી એકવાર અર્થશાસ્ત્રીઓ, નાણાકીય વિશ્લેષકો અને સામાન્ય લોકો કોરોના ના વધતા જતા કેસો વચ્ચે નીતિગત બદલાવનના કોઈપણ સંકેત માટે આ વર્ષની બજેટ જાહેરાતો પર નજીકથી નજર રાખી રહ્યા છે.

આર્થિક બાબતોના વિભાગની વેબસાઇટ dea.gov.in પર ઉપલબ્ધ માહિતી અનુસાર સ્વતંત્ર ભારતનું પ્રથમ બજેટ 15 ઓગસ્ટ 1947 થી 31 માર્ચ 1948 સુધીના સાડા સાત મહિનાના સમયગાળા માટે હતું.

ચેટ્ટીએ પ્રથમ વખત 1948-49ના બજેટમાં વચગાળા(Interim)નો શબ્દ વાપર્યો હતો. ત્યારથી ટૂંકા ગાળાના બજેટ માટે 'વચગાળાના' શબ્દનો ઉપયોગ કરવામાં આવે છે.

વર્ષ 2000 સુધી અંગ્રેજી પરંપરા મુજબ બજેટ સાંજે 5 વાગ્યે રજૂ કરવામાં આવતું હતું. અટલ બિહારી વાજપેયીની આગેવાની હેઠળની NDA સરકારે 2001માં આ પરંપરા તોડી હતી. હવે સંસદમાં બજેટ રજૂ કરવાની પરંપરા સવારે 11 વાગ્યે શરૂ થઈ છે.

ભારતમાં 1લી એપ્રિલથી 31મી માર્ચ સુધી ચાલતું નાણાકીય વર્ષ 1867 માં શરૂ થયું હતું. આ પહેલા નાણાકીય વર્ષ 1 મે થી 30 એપ્રિલ સુધી હતું.

ભારતના પ્રથમ મહિલા નાણામંત્રી તરીકે ઇન્દિરા ગાંધીએ 1970માં કેન્દ્રીય બજેટ રજૂ કર્યું હતું. તે સમયે તેઓ દેશના વડાપ્રધાન હતા. તેઓ નાણા મંત્રાલયનો હવાલો પણ સંભાળતા હતા.

સ્વતંત્ર ભારતના પ્રથમ બજેટમાં બજેટની આવકનું લક્ષ્ય રૂ. 171.15 કરોડ અને ખર્ચ રૂ. 197.29 કરોડ હતું.

દેશના પૂર્વ પ્રધાનમંત્રી મોરારજી દેસાઈ અત્યાર સુધીમાં સૌથી વધુ 10 વખત બજેટ રજૂ કરી ચૂક્યા છે. તેઓ 6 વખત નાણામંત્રી અને 4 વખત નાયબ વડાપ્રધાન રહી ચૂક્યા છે.

વર્ષ 2017 પહેલા બજેટ ફેબ્રુઆરી મહિનાના છેલ્લા કામકાજના દિવસે રજૂ કરવામાં આવતું હતું. વર્ષ 2017 થી તે 1લી ફેબ્રુઆરી અથવા ફેબ્રુઆરીના પ્રથમ કાર્યકારી દિવસથી શરૂ કરવામાં આવે છે. અગાઉ રેલવે અને યુનિયન બજેટ અલગ-અલગ રજૂ કરવામાં આવતા હતા. 2017ના બજેટથી જ કેન્દ્રની મોદી સરકારે રેલવે બજેટને સામાન્ય બજેટમાં સમાયોજિત કરીને વધુ એક પ્રયોગ કર્યો હતો. બંનેને સાથે રજૂ કરવાની પરંપરા 2017માં શરૂ થઈ હતી.

અંદાજપત્ર રજૂ કરતા પહેલાં થોડા દિવસ અગાઉ નાણામંત્રી ઇકોનોમિક સર્વે એટલે કે આર્થિક સમીક્ષા સંસદ સમક્ષ રજૂ કરે છે. આ આર્થિક સમીક્ષામાં અર્થતંત્રમાં ગત વર્ષ દરમિયાન થયેલા ફેરફારો તથા તેની પાછળનાં કારણો અને શક્ય અસરોનો ઉલ્લેખ કરવામાં આવે છે. આપણા દેશમાં 'આર્થિક સમીક્ષા' બહુ મહત્વનો દસ્તાવેજ છે. તેમાંથી અર્થતંત્રને લગતી ઘણી વિગતો તેમજ વિકાસની દિશા અંગેની ઉપયોગી માહિતી મળે છે. બજેટની એ પરિભાષાને સમજી લઈએ તો બજેટ સમજવાનું વધારે આસાન બની જાય.

બજેટ બનાવવા દરમિયાન સરકારનો લક્ષ્ય આવકના સાધન વધારતા યોજનાઓ માટે ધન વહેંચવાનું, દેશની આર્થિક વિકાસ દરમાં વધારો કરવાની યોજનાઓ બનાવવી, લોકોની આર્થિક સ્થિતમાં બદલાવ લાવવા સહિત ગરીબી તથા બેરોજગારી દૂર કરવા માટે યોજનાઓ બનાવવી શામેલ છે. આ સાથે જ દેશમાં આધારભૂત ઢાંચાનું નિર્માણ, રેલ્વે, વિજળી, રસ્તાઓ માટે ધનરાશિ વહેંચવી પણ બજેટમાં આવે છે. સરકારની આવકના પ્રમુખ સાધનોમાં વિભિન્ન પ્રકારના કર અને આવક, સરકારી શુલ્ક, દંડ, લાંભાજ, આપવામાં આવેલી લોન પરનુ વ્યાજ વગેરે શામેલ છે.

બજેટ નિર્માણનુ ચરણ:

- બજેટની રૂપરેખા
- બજેટના દસ્તાવેજ
- સંસદની સ્વીકૃતિ
- બજેટની કામગીરી
- નાણાકીય ભંડોળનું એકાઉન્ટિંગ અને એકાઉન્ટિંગ પરીક્ષણ
  પાંચ પ્રકારના હોય છે બજેટ:
  - પારમ્પરિક અથવા સામાન્ય બજેટ
- કામગીરી બજેટ
- શૂન્ય આધારિત બજેટ
- પરિણામસ્વરૂપ બજેટ
- જાતીય બજેટ

ભારતનુ કેન્દ્રીય બજેટ ઘણા વિભાગોની પરસ્પર વિચાર-વિમર્શ કર્યા પછી તૈયાર થાય છે. જેમાં વિત્ત મંત્રાલય, નીતિ આયોગ અને સરકારના અન્ય મંત્રાલય શામેલ છે. વિત્ત મંત્રાલય ખર્ચ પછી આધાર પર ગાઇડલાઇન જારી કરે છે, જેના પર અલગ-અલગ મંત્રાલયની તરફથી ફંડ માંગ જણાવે છે, જે પછી વિત્ત મંત્રાલયમાં આર્થિક મામલાના વિભાગ ની બજેટ ડિવીઝન તેણે તૈયાર કરે છે.

કેન્દ્ર સરકારનુ બજેટ બનાવવાની પ્રક્રિયા સામાન્ય રીતે સપ્ટેમ્બરમાં શરૂ થઇ જાય છે. આ દરમિયાન આર્થિક મામલાના વિભાગ બજેટ ડિવીઝન તમામ મંત્રાલયો, રાજ્ય તથા કેન્દ્ર શાસિત પ્રદેશો,સ્વાયત્ત સંસ્થાઓ અને રક્ષાબળોને સર્ક્યુલર જારી કરે છે, જેમાં તેમના આવનારા વિત્તીય વર્ષમાં તેમના ખર્ચાનું અનુમાન લગાવવીને જરૂરી ફંડ બતાવવા માટે કહેવામાં આવે છે. પછી અલગ-અલગ વિભાગની વચ્ચે ફંડ આપવાને લઇને ચર્ચા થાય છે. આ સાથે જ બજેટ ડિવીઝન આવક વિભાગ, વાણિજ્ય મંડળો, ઉદ્યોગ સંગઠનો, ખેડૂતો સંગઠનો, ટ્રેડ યૂનિયનો, અર્થશાસ્ત્રીઓ જેવા અલગ-અલગ ક્ષેત્રોના હિતધારકો સાથે ચર્ચા કરીને બજેટ તૈયાર કરે છે.

બજેટ દરમિયાન દરેક મંત્રાલય પોતાના વિભાગ માટે વધારેમાં વધારે ફંડ મળે તે માટે પ્રયત્ન કરે છે, જેથી તેઓ પોતાની યોજનાઓ પર વધારે ખર્ચાઓ કરી શકે. પરંતુ સીમિત આવકના કારણે તમામ મંત્રાલયોની ઇચ્છા પૂરી નથી શકતા.એવામાં કયા વિભાગમાં કેટલી

રકમ આપવામાં આવે, આ વાત નક્કી કરવા માટે વિત્ત મંત્રાલય ઓક્ટોબર- નવેમ્બર દરમિયાન અન્ય મંત્રાલયોની સાથે બેઠક કરતા એક બ્લૂપ્રિન્ટ બનાવે છે. બેઠકમાં પ્રત્યેક મંત્રાલયના વરિષ્ઠ અધિકારી ફંડ વહેંચણી કરવા માટે વિત્ત મંત્રાલય સાથે ભાવતાલ કરે છે.

બજેટના દસ્તાવેજો ખૂબ જ ખાનગી હોય છે. બજેટ તૈયાર કરવાની પ્રક્રિયા દરમિયાન વિત્ત મંત્રાલયના ટોચના અધિકારી લઇને સ્ટેનોગ્રાફર્સ, ટાઇપરાઇટર્સ, પ્રિન્ટિંગ પ્રેસના કર્મચારીઓ અન્ય લોકો ઑફિસમાં રહીને કામ કરે છે. છેલ્લા સમય સુધી પોતાના પરિવારની સાથે કામ કરવાની પરવાનગી આપવામાં આવતી નથી. આ દમરિયાન બજેટ તૈયાર કરનાર અને તેના પ્રકાશનની સાથે જોડાયેલા લોકો પર નજર રાખવામાં આવે છે. બજેટ પ્રક્રિયામાં વિત્તમંત્રીના ભાષણને સૌથી સુરક્ષિત રાખવામાં આવે છે, જેથી બજેટની જાહેરાતના 2 દિવસ પહેલા જ પ્રિન્ટ કરાવવા માટે મોકલવામાં આવે છે.

બજેટથી સંબંધિત દસ્તાવેજોની પ્રિન્ટિંગ પ્રક્રિયા શરૂ થયા પહેલા નોર્થ બ્લોક સ્થિત વિત્ત મંત્રાલયમાં હલ્વો ખવડાવવાનો રિવાજ છે. જેમાં વિત્ત મંત્રી બજેટ તૈયાર કરવાની પ્રક્રિયાથી જોડાયેલા અધિકારીઓ અને કર્મચારીઓને વચ્ચે હલ્વાનુ વિતરણ કરવામાં આવે છે. આ વિધી થયા પછી બજેટ રજૂ થયા સુધી વિત મંત્રાલયને સંબંધિત અધિકારીઓને સાત દિવસ સુધી સૌથી દૂર રાખવામાં આવે છે. આ દરમિયાન તેણે કોઇ બહારી વ્યકિતની સાથે સંપર્ક નથી કરવા દેવામાં આવતો. સંસદમાં બજેટ રજૂ થયા પછી તેમણે બહાર આવવા દેવામાં આવે છે.

બજેટની પહેલી ડ્રાફ્ટ કૉપી સૌથી પહેલા વિત્ત મંત્રી સામે રાખવામાં આવે છે, જેનુ પેપર વાદળી રંગનું હોય છે. બજેટ રજૂ કરતા પહેલા કેન્દ્ર સરકારને રાષ્ટ્રપતિની પરવાનગી લેવી પડે છે. જે પછી કેન્દ્રીય મંત્રીમંડળની સામે રાખવામાં આવે છે, જે પછી સંસદના બંને સદનોમાં રજૂ કરવામાં આવે છે. સામાન્ય બજેટને 2 ભાગમાં રાખવામાં આવે છે. પહેલા ભાગમાં સામાન્ય આર્થિક સર્વે અને નીતિઓ વિશે વાત કરવામાં આવે છે જ્યારે બીજી ભાગમાં આવનારા સમય માટે ડાયરેક્ટ અને ઇનડાયરેક્ટ ટેક્સનો પ્રસ્તાવ રાખવામાં આવે છે. બજેટ ના કેટલાક ટેક્નિકલ શબ્દો ની સમજ જોઇએ તો ,

બજેટ રેવેન્યુ એટલે મહેસુલ અને કેપિટલ એટલે કે મૂડી એમ બે વિભાગમાં વહેંચાયેલું હોય છે.બજેટમાં આગામી વર્ષ માટેની આવક-જાવકના અંદાજો હોય છે. તેને બજેટ ઍસ્ટિમેટ્સ કહેવામાં આવે છે. પૂરા થઈ રહેલા કે થયેલા વર્ષ દરમિયાનની આવક-જાવકનું રિવાઈઝ્ડ ઍસ્ટિમેટ્સ એટલે કે સુધારેલો અંદાજ આપવામાં આવે છે અને અગાઉના વર્ષના ખરેખર થયેલા આવક-ખર્ચના આંકડા પણ તેમાં આપવામાં આવે છે.

બજેટ રેવેન્યુ એટલે મહેસૂલ અને કેપિટલ એટલે કે મૂડી એમ બે વિભાગમાં વહેંચાયેલું હોય છે. જેની પ્રાપ્તિથી સરકારની નાણાકીય જવાબદારીમાં વધારો ન થતો હોય એવી આવકને મહેસુલી વિભાગમાં દર્શાવવામાં આવે છે, જ્યારે જે આવકપ્રાપ્તિને કારણે સરકાર માટે નાણાકીય જવાબદારી સર્જાતી હોય તેને મૂડી વિભાગમાં દર્શાવવામાં આવે છે.

બજેટ ના કેટલાક ટેક્નિકલ શબ્દો ની સમજ જોઈએ તો ,વેલ્યૂ એડેડ ટેક્સ, સેલ્સેંટેક્સ, સર્વિસ ટેક્સ, લક્ઝરી ટેક્સ, એન્ટરટેઈન્મેન્ટ ટેક્સ અને ઑક્ટ્રોય વગેરે જેવા વિવિધ પરોક્ષ વેરાનું સ્થાન હવે જીએસટીએ લીધું છે.

પ્રત્યક્ષ કર એટલે નાગરિકો દ્વારા સરકારને સીધો ચૂકવવામાં આવતો વેરો. એ વેરો વ્યક્તિએ તેમની વ્યક્તિગત આવક સંબંધે ચૂકવવાનો હોય છે. પ્રત્યક્ષ કરમાં ઇન્કમ ટેક્સ, વેલ્થ ટેક્સ અને કૉપીરેટ ટેક્સનો સમાવેશ થાય છે.

પરોક્ષ કરમાં ચૂકવણીનો બોજ અન્ય વ્યક્તિ પર ટ્રાન્સફર થતો હોય છે. તેમાં સર્વિસ પ્રોવાઇડર કે ઉત્પાદક દ્વારા આપવામાં આવતી સેવા કે સામગ્રીના અંતિમ વપરાશકર્તા પર કર ટ્રાન્સફર કરવામાં આવે છે.

વેલ્યૂ એડેડ ટેક્સ, સેલ્સ ટેક્સ, સર્વિસ ટેક્સ, લક્ઝરી ટેક્સ, એન્ટરટેઈન્મેન્ટ ટેક્સ અને ઑક્ટ્રોય વગેરે જેવા વિવિધ પરોક્ષ વેરાનું સ્થાન હવે જીએસટીએ લીધું છે.

કસ્ટમ્સ ડ્યૂટી

દેશમાં જે માલ-સામાનની આયાત કે નિકાસ કરવામાં આવતી હોય તેના પર કસ્ટમ્સ ડ્યૂટી વસૂલવામાં આવે છે. કસ્ટમ્સ ડ્યૂટી

સામાન્ય રીતે આયાતકારો અથવા નિકાસકારો ચૂકવતા હોય છે. આખરે તેનો બોજ ગ્રાહકો પર લદાય છે.

જાતજાતની ખાધ

સ્ટમ્સ ડ્યૂટી સામાન્ય રીતે આયાતકારો અથવા નિકાસકારો ચૂકવતા હોય છે. આખરે તેનો બોજ ગ્રાહકો પર લદાય છે.

બજેટમાં સરકારની આવક કરતાં ખર્ચ વધારે હોય એવી સ્થિતિ વર્ષોથી સામાન્ય બની ગઈ છે. તેને ખાધ કહેવામાં આવે છે.

ફિસ્કલ ડેફિસિટ એટલે કે રાજકોષીય ખાધ

સરકારની કુલ મહેસુલી આવક કરતાં કુલ ખર્ચ વધી જાય ત્યારે રાજકોષીય ખાધ સર્જાતી હોય છે. તેમાં બોરોઇંગ્ઝ એટલે કે સરકારે લીધેલી લોનનો સમાવેશ થતો નથી.

રેવેન્યુ ડેફિસિટ એટલે કે મહેસુલી ખાધ

મહેસુલી ખર્ચ અને મહેસુલી આવક વચ્ચેનો તફાવત મહેસુલી ખાધ તરીકે ઓળખાય છે. તે સરકારના વર્તમાન ખર્ચ સામે વર્તમાન આવકમાંના ઘટાડાને દર્શાવે છે.

પ્રાયમરી ડેફિસિટ એટલે કે પ્રાથમિક ખાધ

પ્રાયમરી ડેફિસિટ એટલે વ્યાજની ચૂકવણી વિનાની રાજકોષીય ખાધ. તે દર્શાવે છે કે વ્યાજની ચૂકવણી સિવાયના અન્ય ખર્ચને પહોંચી વળવા માટે સરકાર બજારમાંથી કેટલું ઋણ લે છે.

સરકાર બજારમાં દેવું કરીને તથા રિઝર્વ બેન્ક પાસેથી ધિરાણ મેળવીને ખાધ પૂરી શકે, પરંતુ ખાધ પૂરવાના આ બંને વિકલ્પોનું અનિચ્છનીય પરિણામ આવતું હોવાથી રાજકોષીય ખાધને રાષ્ટ્રીય આવકના ત્રણેક ટકાની આસપાસ રાખવાની હિમાયત કરવામાં આવે છે.

ફિસ્કલ પૉલિસી એટલે કે રાજકોષીય નીતિ

રાજકોષીય નીતિ આવક અને ખર્ચના એકંદર સ્તરના સંદર્ભમાં સરકાર દ્વારા લેવામાં આવતાં પગલાં છે. આ નીતિનો અમલ બજેટ મારફત કરવામાં આવે છે અને સરકાર આ નીતિ દ્વારા અર્થતંત્ર પર પોતાનો પ્રભાવ જાળવે છે.

કેપિટલ બજેટ

આ બજેટમાં સ્થિર અસ્કામતોમાંથી થતી આવક અને ચૂકવણી સમાહિત હોય છે. કેન્દ્ર સરકાર દ્વારા રાજ્ય સરકારોને, સરકારી કંપનીઓને, નિગમોને અને અન્ય પાર્ટીઝને આપવામાં આવેલી લોન તથા એડવાન્સિસ અને શેરોમાંના રોકાણનો સમાવેશ થાય છે.

રેવેન્યુ બજેટ એટલે મહેસુલી અંદાજપત્ર

આ બજેટમાં સ્થિર અસ્કામતોમાંથી થતી આવક અને ચૂકવણી સમાહિત હોય છે.

આ બજેટમાં સરકારની મહેસુલી આવક તથા તેના ખર્ચનો સમાવેશ થાય છે. મહેસુલી આવક ટેક્સ અને નોન-ટેક્સ એમ બે પ્રકારની આવકમાં વિભાજિત હોય છે. ટેક્સ મારફત થતી આવકમાં ઇન્કમ ટેક્સ, કૉર્પોરેટ ટેક્સ, એક્સાઇઝ, કસ્ટમ્સ ડ્યૂટી, સર્વિસીસ તથા સરકાર દ્વારા લાદવામાં આવતી અન્ય ડ્યૂટીઝનો સમાવેશ થાય છે. નોન-ટેક્સ રેવેન્યુ સોર્સિસમાં લોન પરના વ્યાજ અને રોકાણ પરના ડિવિડન્ડનો સમાવેશ થાય છે.

ફાઇનાન્સ બિલ એટલે કે નાણાકીય ખરડો

પ્રસ્તાવિત વેરા લાદવા કે નાબુદ કરવા કે તેમાં સુધારો કરવા કે પછી તેના નિયમનની વિગત આપતું કેન્દ્રીય બજેટ રજૂ કરવામાં આવે એ પછી ફાઇનાન્સ બિલ રજૂ કરવામાં આવે છે.

મૉનિટરી પૉલિસી એટલે કે નાણાકીય નીતિ

આ નીતિમાં મધ્યસ્થ બૅન્ક એટલે કે રિઝર્વ બૅન્ક દ્વારા, અર્થતંત્રમાં નાણાનું પ્રમાણ કે પ્રવાહિતા જાળવી રાખવા માટે લેવામાં આવતાં પગલાં અથવા વ્યાજદરમાં ફેરફારનો સમાવેશ થાય છે.

નાણાકીય વર્ષ 2023-24 માટે સામાન્ય બજેટ (બજેટ 2023)ની તૈયારીઓ ચાલી રહી છે. નાણા મંત્રી નિર્મલા સીતારમણ 1 ફેબ્રુઆરી 2023 ના રોજ બજેટ રજૂ કરવા જઈ રહ્યા છે. મોદી સરકાર 2024ની લોકસભા ચૂંટણી પહેલા તેનું છેલ્લું પૂર્ણ બજેટ રજૂ કરશે. આજના સમયમાં સામાન્ય બજેટમાં જ રેલવેને લગતી ઘણી જાહેરાતો કરવામાં આવે છે, પરંતુ 2017 પહેલા ભારતીય રેલવે માટે એક અલગ રેલ બજેટ રજૂ કરવામાં આવ્યું હતું.

બ્રિટિશ શાસન દરમિયાન 1924માં ભારતનું પ્રથમ રેલવે બજેટ રજૂ કરવામાં આવ્યું હતું. આ પહેલું અલગ રેલવે બજેટ હતું. અગાઉ

સામાન્ય બજેટની સાથે રેલવે બજેટ પણ રજૂ કરવામાં આવતું હતું. 1920-21માં, એકવર્થ કમિટીએ રેલ્વે બજેટ અંગે પોતાનો અહેવાલ રજૂ કર્યો, જેમાં તેને રેલ્વે બજેટ અલગથી રજૂ કરવા અને તેની નાણાકીય બાબતોને અલગથી જોવાનું કહેવામાં આવ્યું હતું.

મોદી સરકારના પ્રથમ કાર્યકાળમાં તત્કાલિન નાણામંત્રી અરુણ જેટલીએ 92 વર્ષ જૂની પ્રથાનો અંત લાવીને વર્ષ 2017થી જ સામાન્ય બજેટમાં જ રેલવે બજેટની જાહેરાત કરવાનું શરૂ કર્યું હતું. અગાઉ રેલવે મંત્રી સામાન્ય બજેટના એક દિવસ પહેલા સંસદમાં રેલવે બજેટ રજૂ કરતા હતા.

નીતિ આયોગે સરકારને દાયકાઓ જૂની આ પ્રથાને ખતમ કરવાની સલાહ પણ આપી હતી. વિવિધ સત્તાવાળાઓ સાથે ઘણી વિચાર-વિમર્શ અને મંથન કર્યા પછી, સરકારે રેલવે બજેટને સામાન્ય બજેટ સાથે મર્જ કરવાનો નિર્ણય કર્યો. આ વિચાર વ્યવહારુ હતો કારણ કે હવે રેલ્વે બજેટનો હિસ્સો કેન્દ્રીય બજેટની તુલનામાં ઘણો ઓછો છે

આશા છે કે આપને આ મારો માહિતી નિબંધ જરૂર ગમ્યો હશે .

સંદર્ભ :વિકિપીડિયા ,ભારત નો ઇતિહાસ, ભારત નો બજેટ ઇતિહાસ, વિવિધ અખબારી અહેવાલો અને વિવિધ લેખકો ના બ્લોગ અને લેખ આધારિત માહિતી